லீமாவின் காரமான பழ மிளகாய்

Lima's Red Hot Chilli Pepper

written by David Mills
illustrated by Derek Brazell

Tamil translation by Nallathamby Rajalingam

MANTRA
LINGUA

லீமா பாடசாலையிலிருந்து வீடு மீண்டபோது,
அவளுக்குப் பசி உணர்வு ஏற்பட்டது.
"எனக்குப் பசிக்கிறது." என அவள் கூறினாள்.

When Lima got home from school
she felt hungry.
"I feel hungry!" she said.

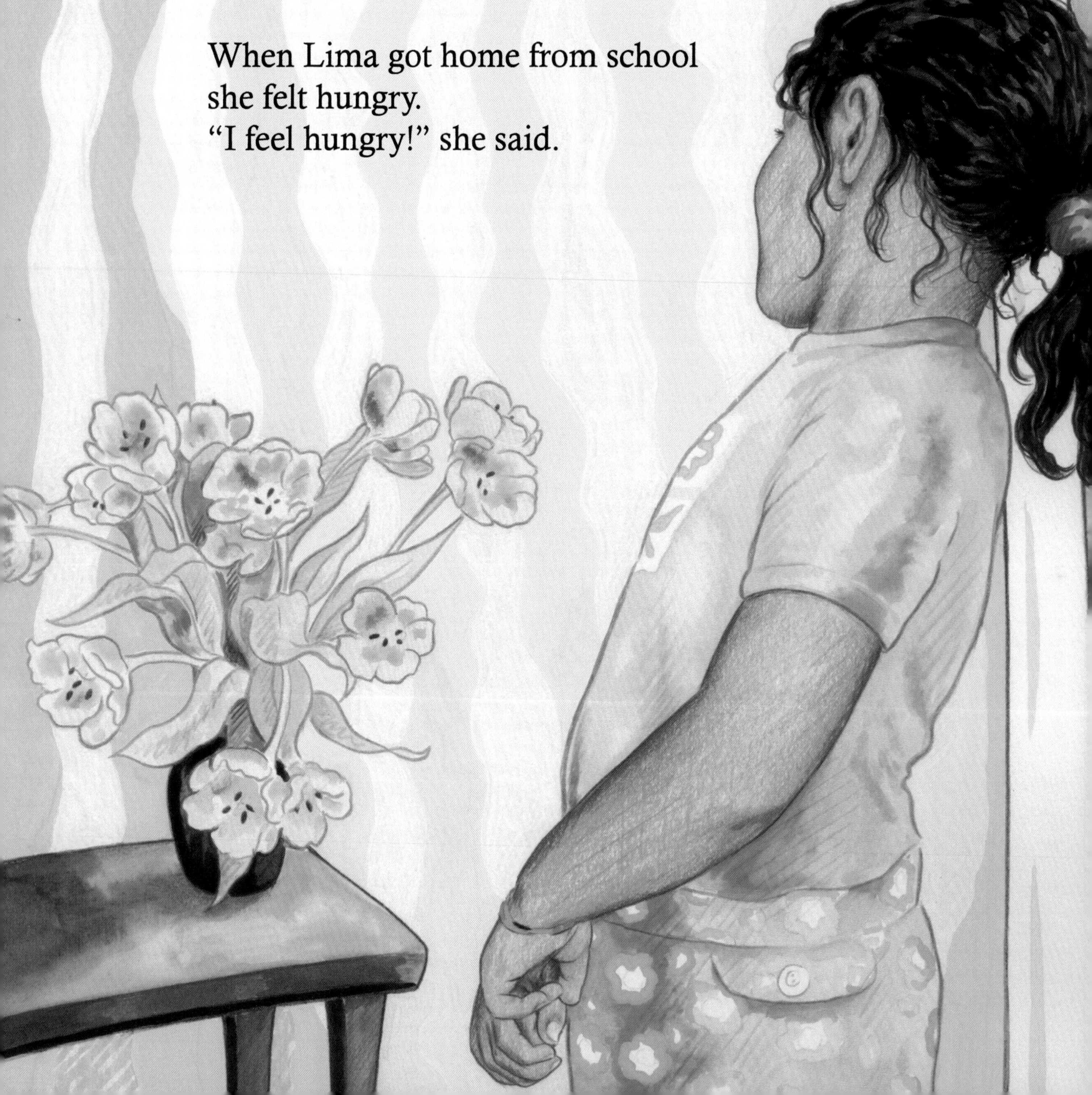

"சமையலறையில் நிறைய சாப்பாடுள்ளது" தாய் குரல் கொடுத்தாள்.
"எனினும், சிவந்த காரமான மிளகாயை ... உண்ணாதே!"

"Plenty of food in the kitchen!" shouted her mother.
"But don't eat the red hot chilli!"

ஏதாவது கொறிப்பதற்காக லீமா சமையலறை சென்றாள்.

சமையலறையில் பழுப்பான, தும்புடனான தேங்காயைக் கண்டாள்.
ஆனால் அது ... மிகத் திடமாக இருந்தது.

So Lima went to the kitchen for a nibble.

She found a hairy brown coconut
But it was just ... too hard.

பளபளப்பான சமோசாவோ
குளிராக இருந்தது.

The shiny samosas
Were just ... too cold.

பளபளப்பான சமோசாவோ
குளிராக இருந்தது.

The can of spaghetti
Was just ... too difficult.

பாணித் தன்மையுள்ள இனிப்பு வகைகளோ
லீமாவுக்கு எட்டாத உயரத்தில் இருந்தன.

And the sticky sweets
Were just ... too high up for Lima.

அப்போதுதான் அதனைக் கண்டாள்!

பார்ப்பதற்கு மிகச் சுவையான, பளபளப்பான ஒரு சிவப்புப் பொருள்!

சிவந்த காரமான மிளகாய்!

Then she saw it.
The most delicious, shiny, red ... thing!
The RED HOT CHILLI.

நிதானமாகவும் இரகசியமாகவும்
அதை லீமா தன் வாயிலிட்டாள்.

Quietly and secretly
Lima popped it into her mouth.

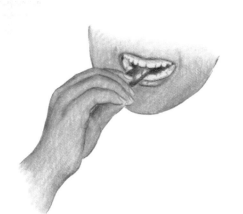

நறுக்!

Crunch!

தனது இரகசியத்தை அவளால் நீண்ட
நேரம் மறைக்க முடியவில்லை.
லீமாவின் முகம் வெளுத்தது;

But she could not keep her secret
 very long!

மிக வெளுத்தது;
வலுவாக வெளுத்தது....

Lima's face got hotter
and hotter and hotter and...

அத்துடன் அனல் அலைகள் அவள் வாயிலிருந்து தெறித்தன!

...fireworks flew out of her mouth!

அவளது தாய் உதவ வந்தாள்.
"தண்ணீர், தண்ணீர், கொஞ்சத் தண்ணீர் பருகு!"

Her Mother came to help.
"Water, water, try some water!"

ஒரு குவளை மிகக் குளிரான நீரை லீமா உட்கொண்டாள்.
அது நன்றாக இருந்தது.
எனினும், அவள் வாய் இன்னும் அழலாக இருந்தது!

So Lima swallowed a whole glass of cold cold water
Which was nice ...
But her mouth was still too hot!

அவள் தந்தை உதவ வந்தார்.
"ஐஸ்கிறீம், ஐஸ்கிறீம், கொஞ்ச ஐஸ்கிறீம் சாப்பிடு."

Then her Dad came to help.
"Ice cream, ice cream,
try some ice cream!"

உறைந்த ஐஸ்கிறீமை லீமா உட்கொண்டாள்.
அது இன்பமாக இருந்தது.
ஆனால் அவள் வாயோ இன்னமும் அழலாகவே இருந்தது!

So Lima ate dollops of freezing ice cream
Which was lovely ...
But her mouth was still too hot!

அவள் மாமி உதவ வந்தாள்.
"ஜெலி, ஜெலி, கொஞ்சம் ஜெலியைச் சாப்பிடு."

Then her Aunty came to help.
"Jelly, jelly, try some jelly!"

எனவே, நொளு நொளுத்த ஜெலிக் கட்டிகளை லீமா உட்கொண்டாள்.
அது இனிமையாக இருந்தது.
ஆனால், அவள் வாயோ தொடர்ந்தும் அழலாக இருந்தது.

So Lima ate mountains of wobbly jelly
Which was yummy ...
But her mouth was still too hot!

அவள் பாட்டன் உதவ முன்வந்தார்.
"மாம்பழம், மாம்பழம், கொஞ்சம் மாம்பழம் சாப்பிடு!"

Then her Grandad came to help.
"Mango, mango, try some mango!"

கனிந்த மாம்பழம் ஒன்றை லீமா முழுமையாக அருந்தினாள்.
அது சுவையாக இருந்தது.
எனினும் அவள் வாய் இன்னும் அழலாகவே இருந்தது.

So Lima ate a whole juicy mango
Which was delicious ...
But her mouth was still too hot!

அவள் பாட்டி உதவ வந்தாள்.
"பால், பால், கொஞ்சப் பாலைப் பருகு!"

At last her Grandma came to help.
"Milk, milk, try some milk!"

ஆகவே, ஒரு கூசா நிறைந்த குளிர் பாலை லீமா குடித்தாள்.
பின் ... மெதுவாக ... மெதுவாக ...

So Lima drank a huge jug of cool milk.
Then slowly...

முல்லைச் சிரிப்பொன்று லீமாவின் முகத்தில் தென்பட்டது.
"அப்பாடா... இனிமேல் காரமான பழ மிளகாய் வேண்டவே வேண்டாம்!"
"சூ..." எல்லோரும் முணுமுணுத்தனர்.

Lima smiled a milky smile.
"Ahhhh!" said Lima. "No more red hot chilli."
"Phew!" said everyone.

“இப்போ இன்னும் உனக்குப் பசியா?” லீமாவின் தாய் கேட்டாள்.
“இல்லை. சற்று நிறைவாக உள்ளது” வயிற்றைப் பிடித்தவாறு லீமா றினாள்!

“Now,” said Lima’s Mum, “are you still hungry?”
“No,” said Lima, holding her belly. “Just a bit full!”

For Lima, who inspired the story
D.M.

To all the Brazells and Mireskandaris,
especially Shadi, Babak & Jaleh, with love
D.B.

First published in 1999 by Mantra Lingua Ltd
Global House, 303 Ballards Lane, London N12 8NP
www. mantralingua.com

Text copyright © David Mills 1999
Illustrations copyright © Derek Brazell 1999
Dual language text copyright © 1999 Mantra Lingua
Audio copyright © 2011 Mantra Lingua

This sound enabled edition published 2013